AF189254

Impressum
Verlag: BABADADA GmbH, Nedderfeld 112 , 22529 Hamburg
Geschäftsführer / Verlagsleitung: Harald Hof
Druck: Books on Demand GmbH, In de Tarpen 42, 22848 Norderstedt

Imprint
Publisher: BABADADA GmbH, Nedderfeld 112 , 22529 Hamburg, Germany
Managing Director / Publishing direction: Harald Hof
Print: Books on Demand GmbH, In de Tarpen 42, 22848 Norderstedt, Germany

trường học

escola

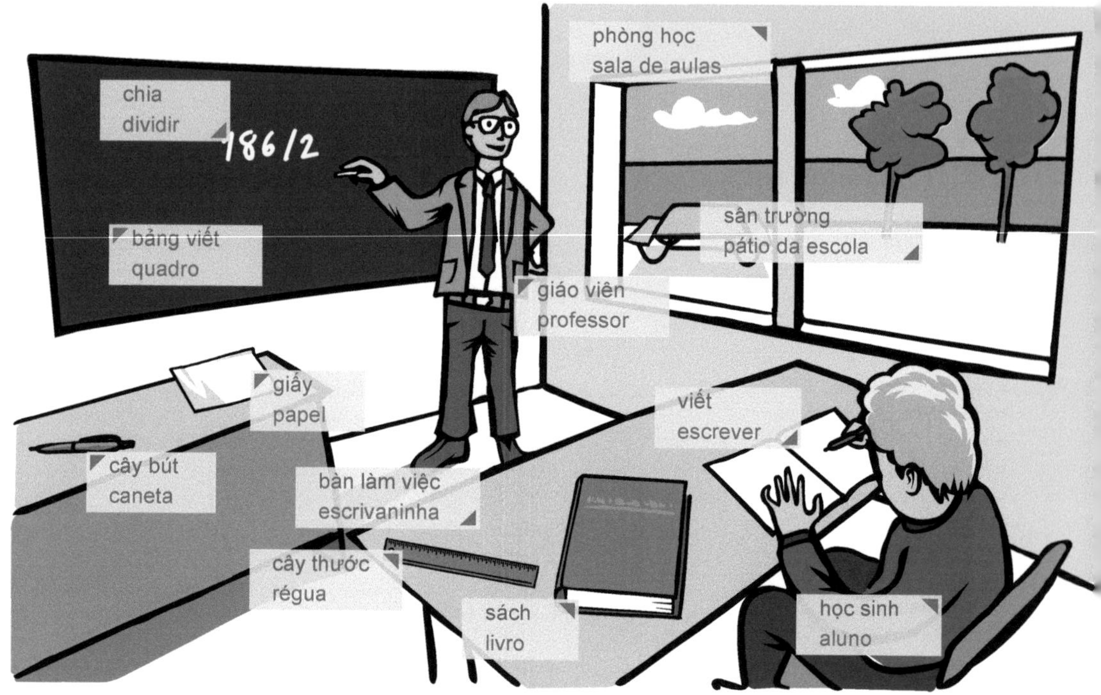

phòng học
sala de aulas
chia
dividir
186/2
bảng viết
quadro
sân trường
pátio da escola
giáo viên
professor
giấy
papel
viết
escrever
cây bút
caneta
bàn làm việc
escrivaninha
cây thước
régua
sách
livro
học sinh
aluno

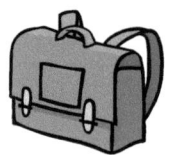

cặp đeo vai học sinh

sacola

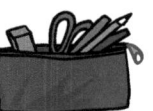

hộp đựng bút

estojo de lápis

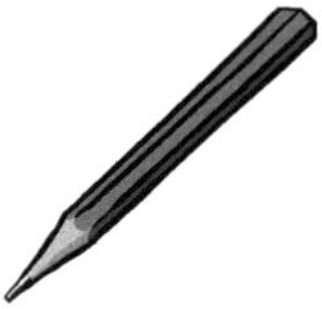

bút chì

lápis

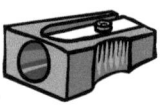

cái gọt bút chì

apontador de lápis

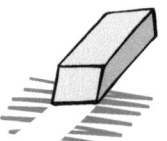

cục tẩy

borracha

tập giấy vẽ

bloco de desenho

bản vẽ

desenho

cọ vẽ

pincel

hộp mực vẽ

estojo de tintas

cây kéo

tesoura

keo dán

cola

sách bài tập

livro de exercícios

bài tập ở nhà

lição de casa

số

número

2+2

cộng

somar

5-2

trừ

subtrair

2×2

nhân

multiplicar

tính toán

calcular

A

chữ cái

letra

ABCDEFG
HIJKLMN
OPQRSTU
VWXYZ

bảng chữ cái

alfabeto

từ

palavra

văn bản

texto

đọc

ler

phấn viết

giz

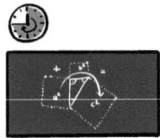

bài học

hora

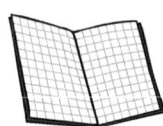

sổ lớp

registro da classe

thi kiểm tra

exame

chứng chỉ

certificado

đồng phục học sinh

uniforme escolar

giáo dục

educação

từ điển bách khoa

enciclopédia

đại học

universidade

kính hiển vi

microscópio

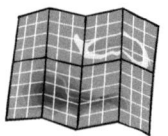

bản đồ

mapa

thùng rác giấy

cesto de lixo

du lịch
viagem

khách sạn
hotel
Grand
nhà trọ
albergue
ROOMS
CHANGE
quầy đổi tiền
casa de câmbio
va li
mala
xe ô tô
carro

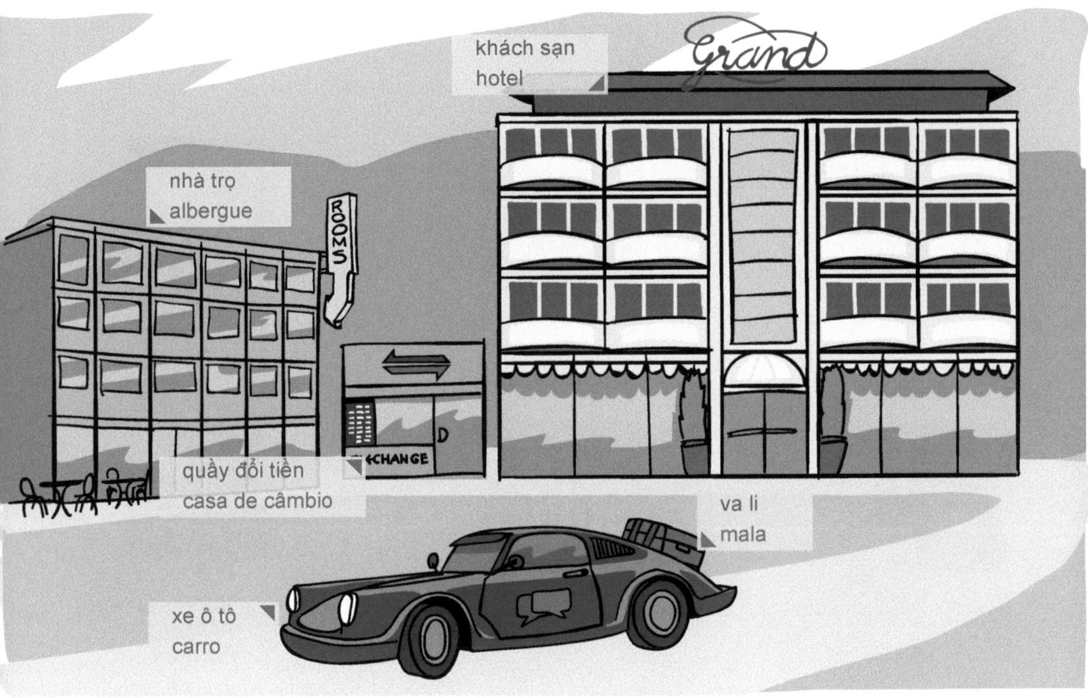

ngôn ngữ

idioma

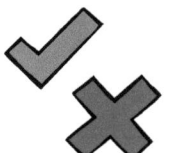

có / không

sim / não

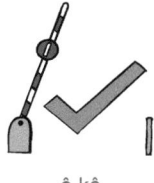

ô kê

ok

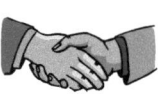

Xin chào

Olá

thông dịch viên

tradutor

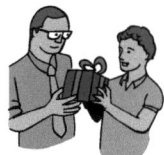

cám ơn

obrigado

… bao nhiêu tiều?

quanto custa…?

tôi không hiểu

eu não entendo

vấn đề

problema

Xin chào! (buổi tối)

boa noite!

xin chào! (buổi sáng)

Bom dia!

chúc ngủ ngon!

Boa noite!

tạm biệt

até logo

hướng đi

direção

hành lý

bagagem

túi xách

bolsa

túi ba lô

mochila

khách

convidado

phòng

quarto

túi ngủ

saco de dormir

lều

barraca

thông tin du lịch

informação turística

bãi biển

praia

thẻ tín dụng

cartão de crédito

ăn sáng

café da manhã

ăn trưa

almoço

ăn tối

jantar

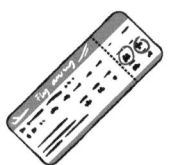

vé xe

bilhete

thang máy

elevador

tem bưu điện

selo

biên giới

fronteira

hải quan

alfândega

đại sứ quán

embaixada

thị thực

visto

hộ chiếu

passaporte

vận chuyển
transporte

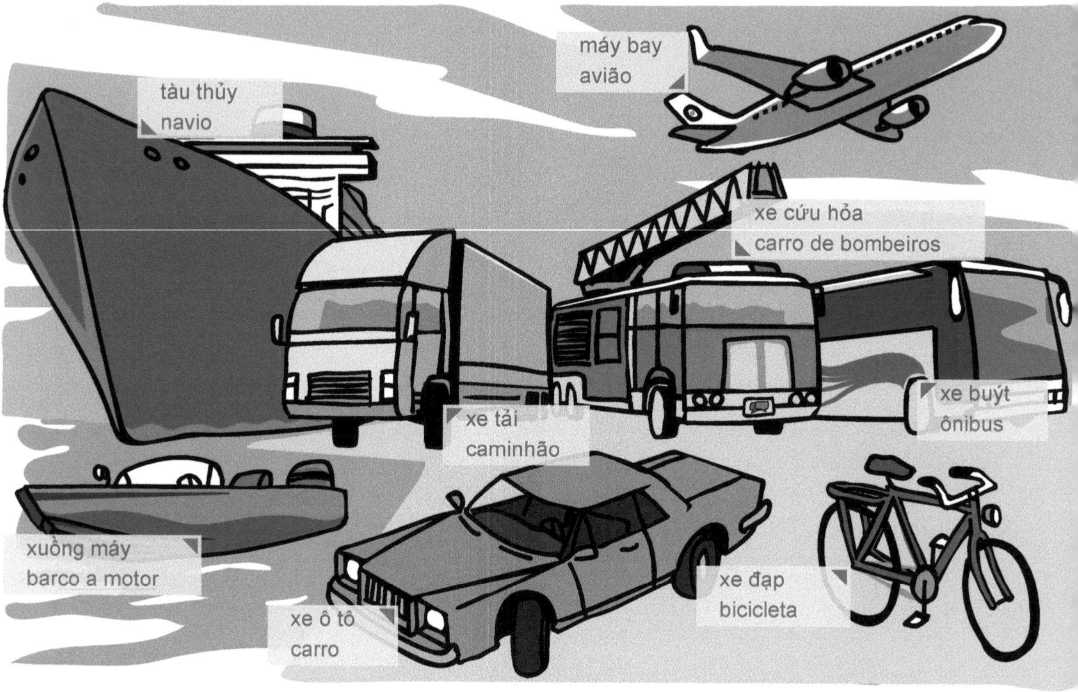

máy bay
avião
tàu thủy
navio
xe cứu hỏa
carro de bombeiros
xe buýt
ônibus
xe tải
caminhão
xuồng máy
barco a motor
xe đạp
bicicleta
xe ô tô
carro

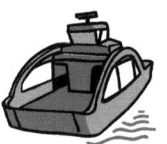

phà

balsa

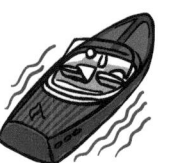

xuồng

barco

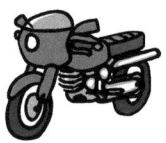

xe máy

motocicleta

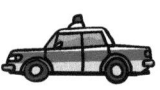

xe cảnh sát

veículo policial

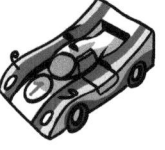

xe đua

carro de corrida

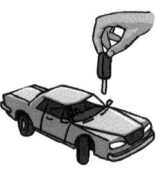

xe cho thuê

carro de aluguel

dịch vụ thuê xe tự lái

compartilhamento de
automóvel

xe kéo cứu hộ

caminhão de reboque

xe rác

caminhão de lixo

động cơ

motor

xăng

combustível

trạm xăng

posto de gasolina

biển báo giao thông

placa de trânsito

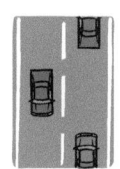

giao thông

trânsito

ách tắc giao thông

trânsito lento

bãi đậu xe

estacionamento

nhà ga

estação de trem

đường ray

trilhos

xe lửa

trem

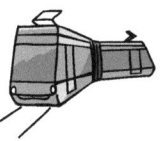

tàu điện

bonde

toa xe

vagão

máy bay trực thăng

helicóptero

sân bay

aeroporto

tháp

torre

hành khách

passageiro

côngtenơ

contêiner

thùng các-tông

cartolina

xe đẩy

carroça

cái giỏ

cesto

cất cánh / hạ cánh

decolar / pousar

thành phố

cidade

làng

vilarejo

trung tâm thành phố

centro da cidade

nhà

casa

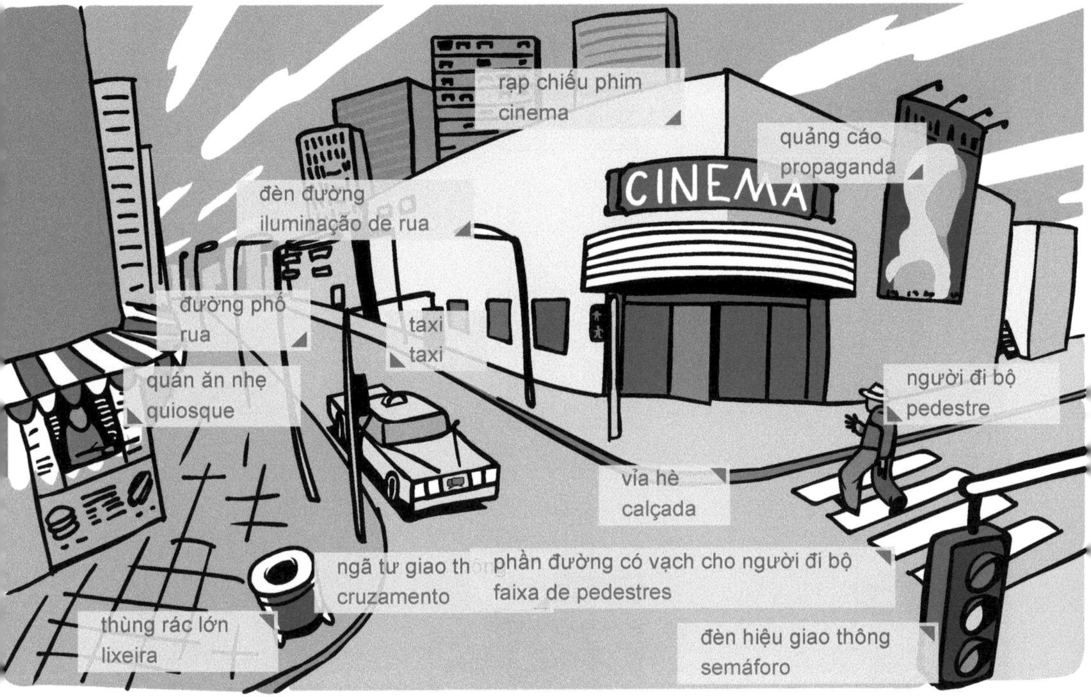
rạp chiếu phim
cinema
quảng cáo
propaganda
CINEMA
đèn đường
iluminação de rua
đường phố
rua
taxi
taxi
quán ăn nhẹ
quiosque
người đi bộ
pedestre
vỉa hè
calçada
ngã tư giao th
cruzamento
phần đường có vạch cho người đi bộ
faixa de pedestres
thùng rác lớn
lixeira
đèn hiệu giao thông
semáforo

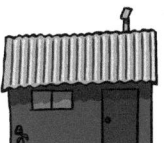

nhà chòi

cabana

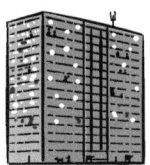

căn hộ

apartamento

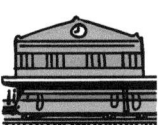

nhà ga

estação de trem

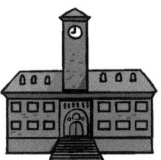

tòa thị chính

prefeitura

MUSEUM

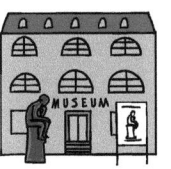

viện bảo tàng

museu

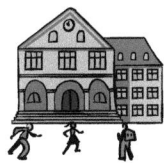

trường học

escola

đại học
universidade

ngân hàng
banco

bệnh viện
hospital

khách sạn
hotel

hiệu thuốc
farmácia

văn phòng
escritório

hiệu sách
livraria

cửa hiệu
loja

cửa hiệu bán hoa
floricultura

siêu thị
supermercado

chợ
mercado

cửa hàng bách hóa
loja de departamentos

người bán cá
peixaria

trung tâm mua bán
centro comercial

bến cảng
porto

công viên

parque

ghế băng

banco

cầu

ponte

cầu thang

escadas

tàu điện ngầm

metrô

đường hầm

túnel

trạm xe buýt

ponto de ônibus

quán bar

bar

khách sạn

restaurante

hòm thư công cộng

caixa de correspondência

bảng hiệu đường

placa de rua

đồng hồ đậu xe

parquímetro

vườn bách thú

zoológico

bể bơi

piscina

nhà thờ Hồi giáo

mesquita

nông trại
fazenda

ô nhiễm môi trường
poluição

nghĩa trang
cemitério

nhà thờ
igreja

sân chơi
parquinho

ngôi đền
templo

phong cảnh
paisagem

lá cây
folha

bảng chỉ đường
placa de sinalização

lối đi
caminho

bãi cỏ
gramado

hòn đá
pedra

cây
árvore

người đi bộ đường dài
caminhantes

sông
rio

cỏ
grama

bông hoa
flor

thung lũng
vale

đồi
montanha

hồ nước
lago

rừng
floresta

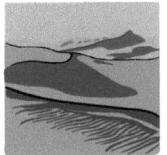

sa mạc
deserto

núi lửa
vulcão

lâu đài
castelo

cầu vồng
arco-íris

nấm
cogumelo

cây cọ
palmeira

con muỗi
mosquito

con ruồi
mosca

con kiến
formiga

con ong
abelha

con nhện
aranha

bọ cánh cứng

besouro

con ếch

sapo

con sóc

esquilo

con nhím

ouriço

con thỏ

lebre

con cú

coruja

con chim

pássaro

thiên nga

cisne

heo rừng

javali

con hươu

veado

nai sừng tấm

alce

đê

barragem

tuabin gió

aerogerador

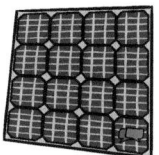

tấm năng lượng mặt trời

painel solar

khí hậu

clima

khách sạn

restaurante

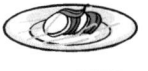

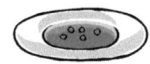

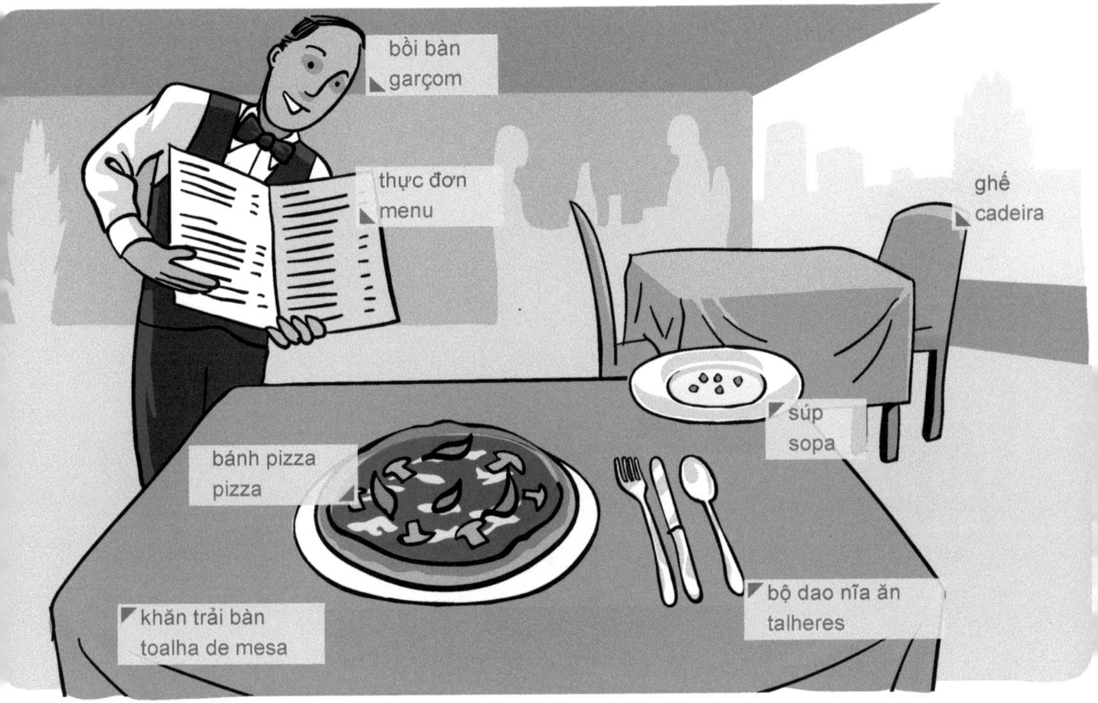
bồi bàn
garçom
thực đơn
menu
ghế
cadeira
súp
sopa
bánh pizza
pizza
bộ dao nĩa ăn
talheres
khăn trải bàn
toalha de mesa

món ăn khai vị

entrada

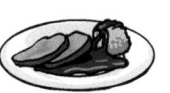

món ăn chính

prato principal

món tráng miệng

sobremesa

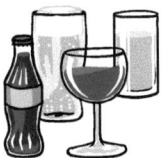

thức uống

bebidas

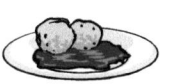

thức ăn

comida

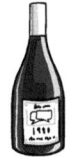

cái chai

garrafa

thức ăn nhanh

fastfood

thức ăn đường phố

comida de rua

ấm trà

bule de chá

hộp đường

açucareiro

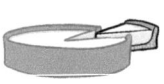

khẩu phần

porção

máy pha espresso

máquina de expresso

ghế cao

cadeirão

hóa đơn

conta

khay

bandeja

dao

faca

nĩa

garfo

thìa

colher

thìa uống trà

colher de chá

khăn ăn

guardanapo

cốc thủy tinh

copo

đĩa
prato

đĩa súp
prato de sopa

đĩa lót cốc
pires

nước sốt
molho

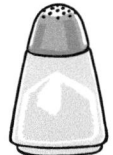

lọ muối
saleiro

cái xay tiêu
moedor de pimenta

giấm
vinagre

dầu
óleo

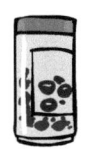

gia vị
especiarias

nước xốt cà chua
ketchup

tương hạt cải
mostarda

nước sốt mayonnaise
maionese

siêu thị
supermercado

chào giá đặc biệt
oferta especial
FOR
khách hàng
cliente
sản phẩm từ sữa
laticínios
trái cây
frutas
xe đẩy mua sắm
carrinho de compras

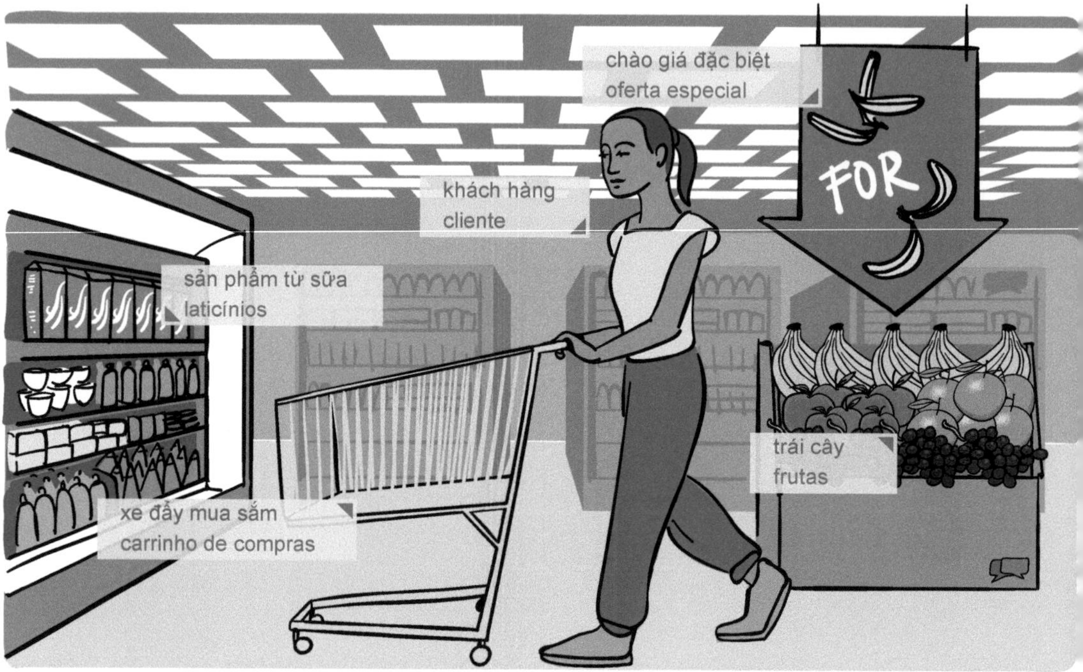

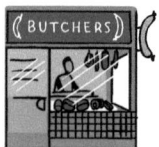

BUTCHERS

lò mổ

açougue

BAKERY

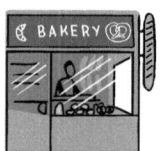

cửa hiệu bán bánh mì

padaria

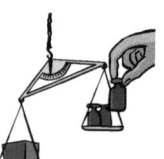

cân nặng

pesar

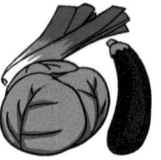

rau quả

legumes

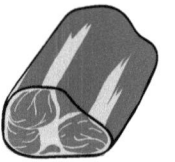

thịt

carne

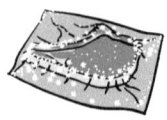

thức ăn đông lạnh

congelados

lát thịt nguội

charcutaria

đồ hộp

conservas

bột giặt

detergente em pó

đồ ngọt

doces

sản phẩm dùng trong gia đình

artigos domésticos

chất tẩy rửa

produtos de limpeza

người bán hàng

vendedora

quầy trả tiền

caixa

nhân viên thu ngân

caixa

danh sách mua sắm

lista de compras

giờ mở cửa

horário de funcionamento

ví tiền

carteira

thẻ tín dụng

cartão de crédito

túi đeo

sacola

túi ny lông

saco plástico

nước

água

nước quả ép

suco

sữa

leite

coca-cola

coca-cola

rượu vang

vinho

bia

cerveja

cồn

álcool

cacao

cacau

trà

chá

cà phê

café

espresso

expresso

cappuccino

cappuccino

chuối

banana

quả táo

maçã

quả cam

laranja

dưa hấu

melão

chanh

limão

cà rốt

cenoura

tỏi

alho

tre

bambu

củ hành

cebola

nấm

cogumelo

hạt dẻ

nozes

mì

macarrão

mì spaghetti

espaguete

cơm

arroz

xà lách

salada

khoai tây chiên

batatas fritas

khoai tây chiên

batatas frias

bánh pizza

pizza

bánh hamburger

hambúrger

bánh mì sandwich

sanduíche

thịt côtlet

escalope

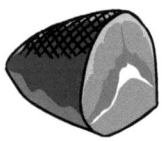

thịt giăm bông

presunto

xúc xích

salame

dồi

salsicha

gà

galinha

rán

assado

cá

peixe

cháo yến mạch

flocos de aveia

cháo muesli

granola

bánh bột ngô nướng

flocos de milho

bột mì

farinha

bánh sừng bò

croissant

bánh mì

pãozinho

bánh mì

pão

bánh mì nướng

torrada

bánh bích quy

biscoitos

bơ

manteiga

sữa đông

requeijão

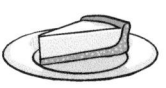

bánh ngọt

bolo

trứng

ovo

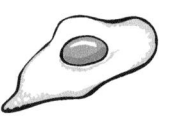

trứng rán

ovo frito

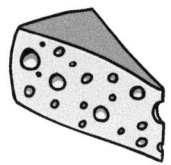

pho mát

queijo

thức ăn - comida

kem

sorvete

đường

açúcar

mật ong

mel

mứt

geleia

kem nougat

creme de avelãs

cà ri

curry

thức ăn - comida

nông trại
fazenda

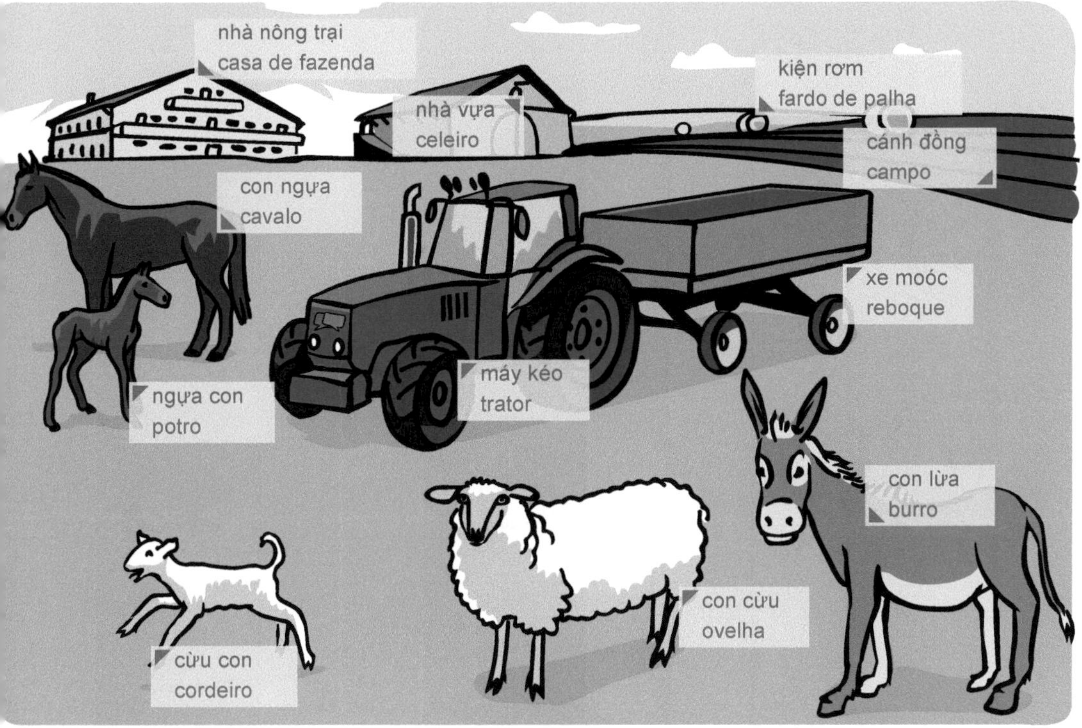
nhà nông trại
casa de fazenda
nhà vựa
celeiro
kiện rơm
fardo de palha
cánh đồng
campo
con ngựa
cavalo
xe moóc
reboque
máy kéo
trator
ngựa con
potro
con lừa
burro
con cừu
ovelha
cừu con
cordeiro

con dê

cabra

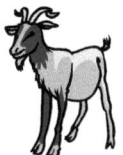

con bò

vaca

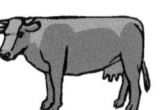

con bê

bezerro

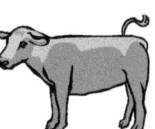

con lợn

porco

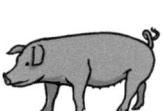

lợn con

leitão

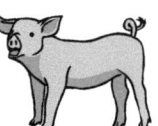

bò đực

touro

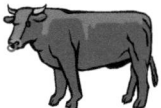

con ngỗng

ganso

con vịt

pato

gà con

pintinho

gà mái

galinha

gà trống

galo

con chuột

ratazana

mèo

gato

chuột nhắt

camundongo

bò đực

boi

con chó

cachorro

nhà chuồng chó

casinha do cachorro

ống tưới vườn cây

mangueira de jardim

thùng tưới cây

regador

lưỡi hái

foice

cái cày

arado

cái liềm

foice

cái cuốc

enxada

cái chĩa

forquilha

cái rìu

machado

xe cút kít

carrinho de mão

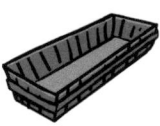

máng ăn

manjedoura

lọ sữa

jarra de leite

bao tải

saco

hàng rào

cerca

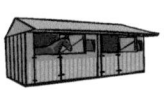

chuồng

estábulo

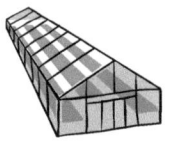

nhà kính trồng cây

estufa

đất trồng

solo

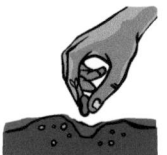

hạt giống

semente

phân bón

fertilizante

máy gặt đập liên hợp

colheitadeira

thu hoạch

colher

mùa thu hoạch

colheita

khoai lang

inhame

lúa mì

trigo

đậu nành

soja

khoai tây

batata

ngô

milho

hạt cải dầu

colza

cây ăn trái

árvore frutífera

sắn

mandioca

ngũ cốc

cereais

nhà
casa

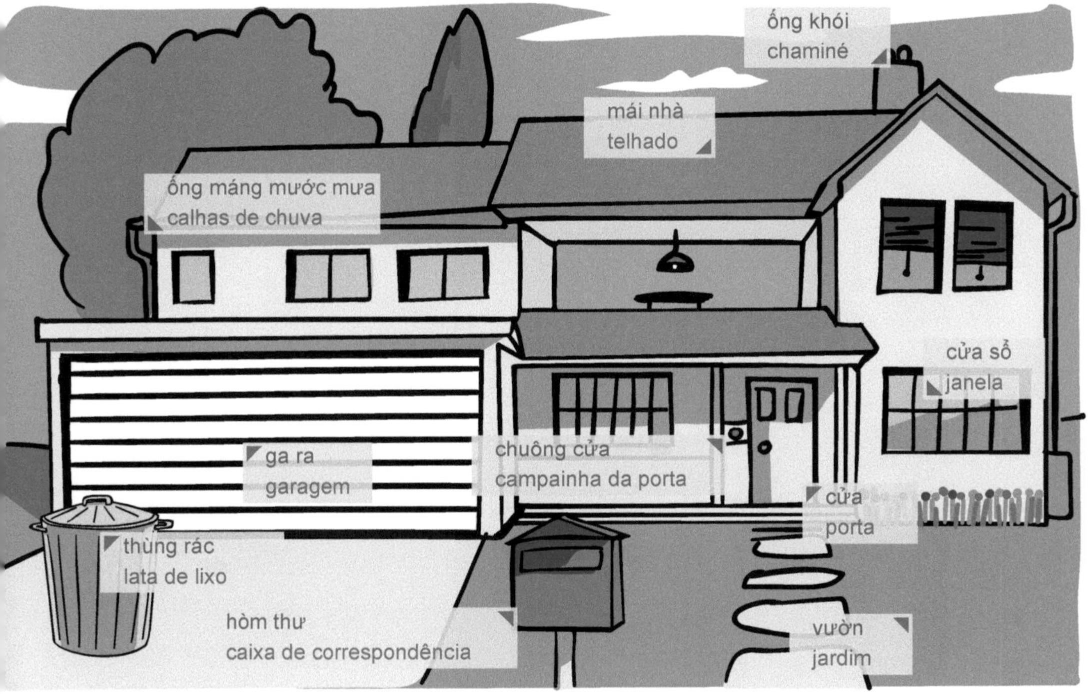
ống khói
chaminé
mái nhà
telhado
ống máng mước mưa
calhas de chuva
cửa sổ
janela
ga ra
garagem
chuông cửa
campainha da porta
cửa
porta
thùng rác
lata de lixo
hòm thư
caixa de correspondência
vườn
jardim

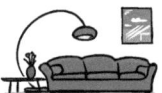

phòng khách

sala de estar

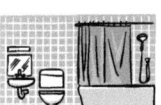

phòng tắm

banheiro

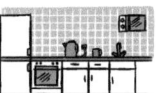

bếp

cozinha

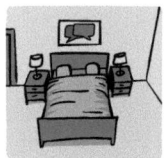

phòng ngủ

quarto de dormir

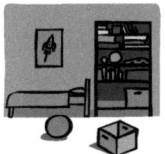

phòng trẻ em

quarto de criança

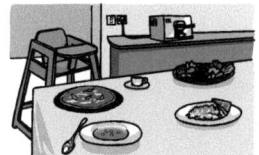

phòng ăn

sala de jantar

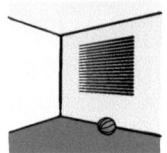

nền nhà

chão

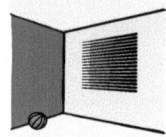

tường

parede

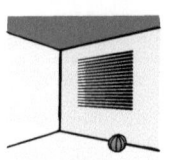

trần nhà

teto

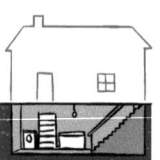

tầng hầm

porão

tấm hơi

sauna

ban công

varanda

sân hiên

terraço

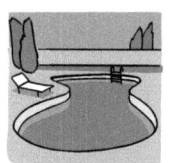

bể bơi

piscina

máy cắt cỏ

cortador de grama

khăn trải giường

lençol

khăn trải giường

coberta

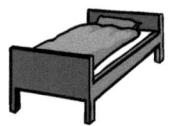

giường

cama

chổi

vassoura

cái xô

balde

công tắc điện

interruptor

phòng khách
sala de estar

giấy dán tường
papel de parede
hình ảnh
quadro
đèn
lâmpada
cái kệ
prateleira
tủ
armário
ti vi
televisão
lò sưởi
lareira
bông hoa
flor
gối
travesseiro
ghế sofa
sofá
bình hoa
vaso
điều khiển từ xa
controle remoto

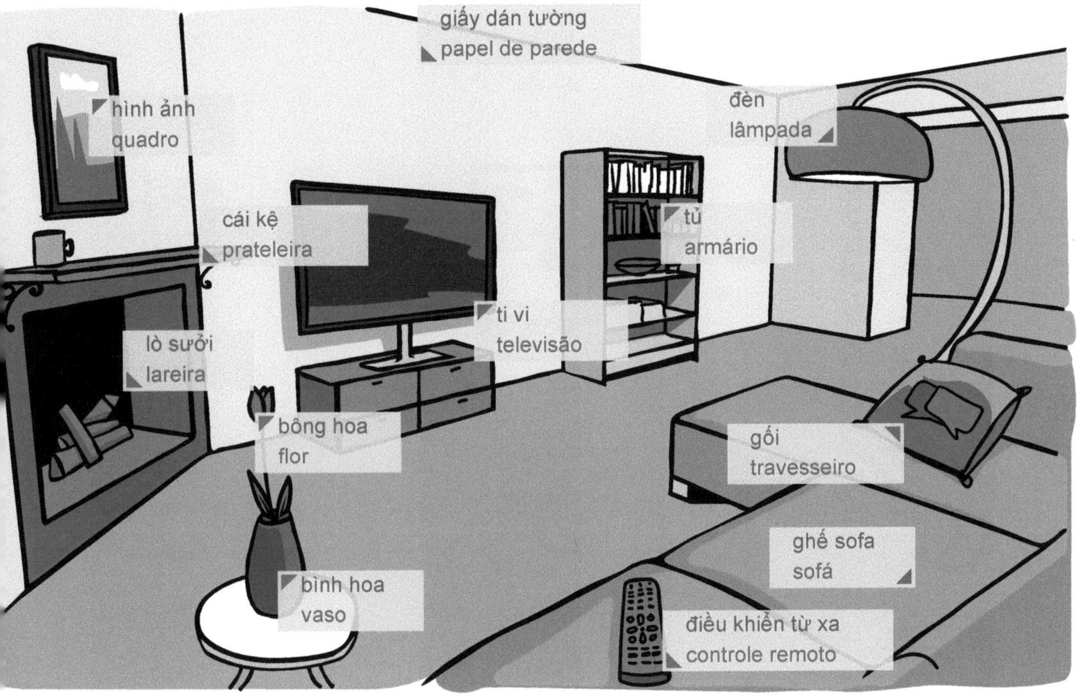

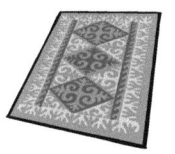

thảm

tapete

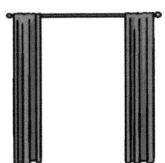

rèm

cortina

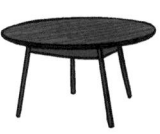

cái bàn

mesa

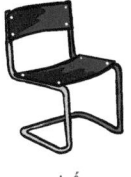

ghế

cadeira

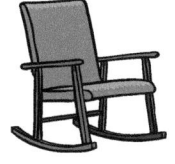

ghế bập bênh

cadeira de balanço

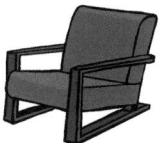

ghế bành

poltrona

sách

livro

cái chăn

cobertor

đồ trang trí

decoração

củi

lenha

phim

filme

máy hi-fi

equipamento de som

chìa khóa

chave

báo

jornal

bức tranh

pintura

áp phích

pôster

radio

rádio

sổ ghi chép

bloco de notas

máy hút bụi

aspirador

cây xương rồng

cacto

cây nến

vela

bếp
cozinha

tủ lạnh
geladeira
lò viba
microondas
cái cân trong bếp
balança de cozinha
máy nướng bánh
tostadeira
chất tẩy rửa
detergente
lò nướng
forno
ngăn tủ đông lạnh
freezer
thùng rác
lata de lixo
máy rửa bát
lava-louças

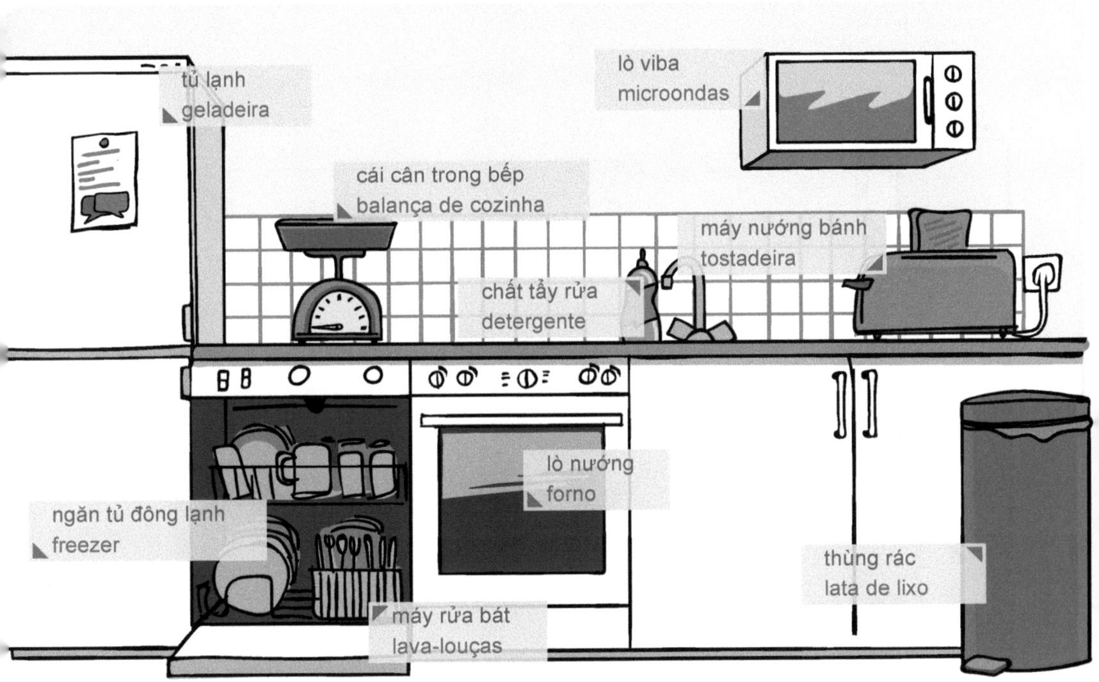

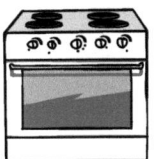

lò nấu

fogão

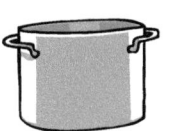

nồi

panela

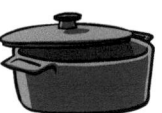

nồi sắt

panela de ferro

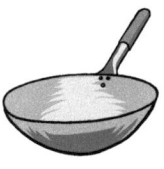

chảo

wok / kadai

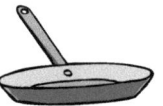

chảo

frigideira

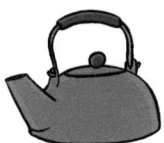

ấm đun nước

chaleira

nồi đun hơi

panela a vapor

khay lò nướng

tabuleiro de forno

bát đĩa

louça

cốc

caneca

cái bát

caçarola

đũa

hashi

cái vá

concha de sopa

bàn xèng

espátula

que đánh kem

batedor

rây dùng trong bếp

escorredor

cái rây lọc

peneira

cái nạo

ralador

vữa

almofariz

vì nướng

churrasqueira

ngọn lửa trần

lareira

cái thớt

tábua de cortar

trục cán bột

rolo da massa

cái mở nút chai

saca-rolhas

vỏ đồ hộp

lata

cái mở vỏ đồ hộp

abridor de latas

miếng nhấc nồi

pegador de panela

bồn rửa bát

pia

bàn chải

escova

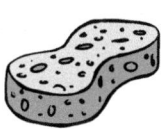

miếng xốp

esponja

máy xay

liquidificador

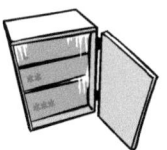

tủ đông lạnh

congelador

bình sữa cho trẻ sơ sinh

mamadeira

vòi nước

torneira

phòng tắm
banheiro

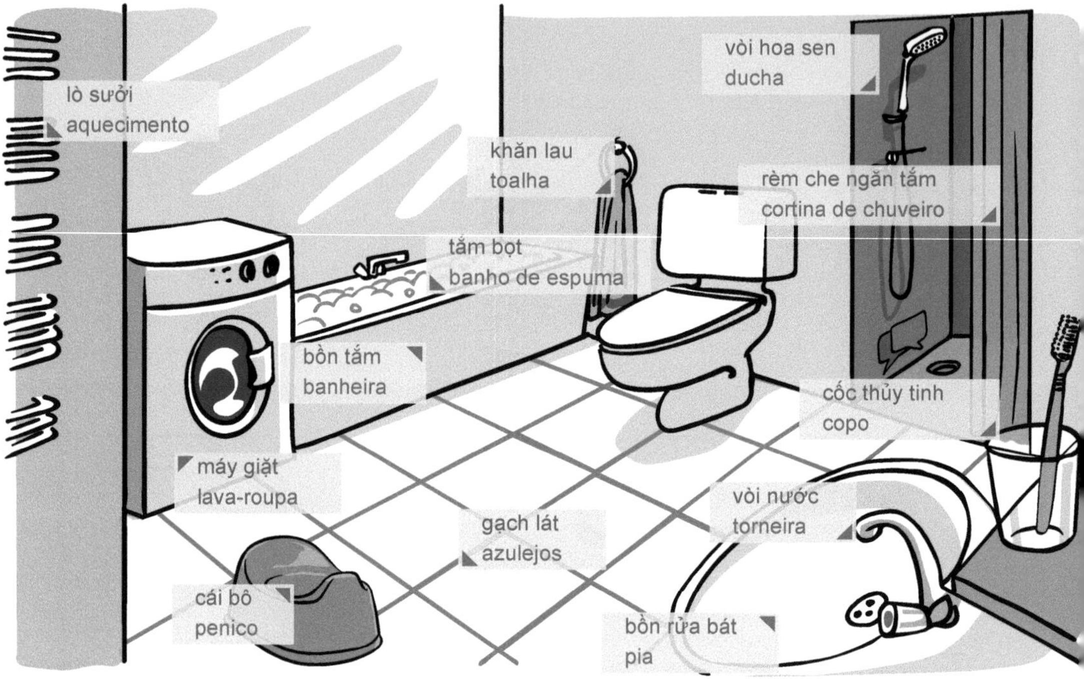

lò sưởi
aquecimento
khăn lau
toalha
vòi hoa sen
ducha
rèm che ngăn tắm
cortina de chuveiro
tắm bọt
banho de espuma
bồn tắm
banheira
cốc thủy tinh
copo
máy giặt
lava-roupa
vòi nước
torneira
gạch lát
azulejos
cái bô
penico
bồn rửa bát
pia

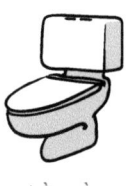

bồn cầu

vaso sanitário

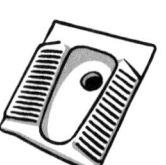

bồn cầu ngồi xổm

lavabo de agachar

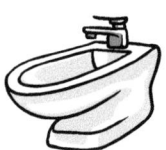

bồn rửa hậu môn

bidê

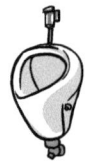

bồn tiểu tiện

mictório

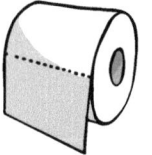

giấy vệ sinh

papel higiênico

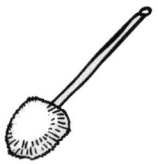

bàn chải cọ bồn cầu

escova de privada

bàn chải đánh răng

escova de dentes

kem đánh răng

pasta de dentes

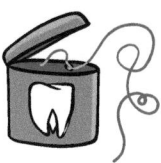

chỉ nha khoa

fio dental

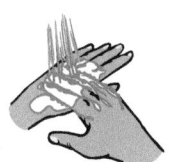

rửa

lavar

vòi sen cầm tay

ducha de mão

vòi rửa hậu môn

ducha íntima

bồn rửa

bacia

bàn chải cọ lưng

escova para as costas

xà phòng

sabonete

sữa tắm

gel de banho

dầu gội

xampu

khăn cọ để tắm

toalha de rosto

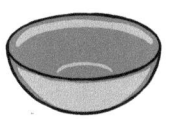

lỗ thoát nước

escoamento

kem

creme

chất khử mùi

desodorante

gương

espelho

gương tay

espelho de mão

dao cạo râu

barbeador

kem cạo râu

espuma de barbear

nước thơm dùng sau khi cạo râu

loção pós-barba

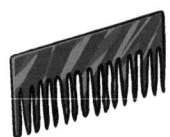

cái lược

pente

bàn chải

escova

máy xấy tóc

secador de cabelo

keo xịt tóc

spray de cabelo

đồ trang điểm

maquiagem

thỏi son môi

batom

sơn bôi móng

esmalte de unhas

bông

algodão

kéo cắt móng

tesoura para unhas

nước hoa

perfume

túi đựng đồ tắm

nécessaire

ghế đẩu

banquinho

cái cân

balança

áo choàng tắm

roupão de banho

găng tay làm vệ sinh

luvas de borracha

nút gạc

absorvente interno

băng vệ sinh

absorvente íntimo

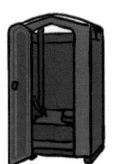

nhà vệ sinh hóa chất

banheiro químico

phòng trẻ em

quarto de criança

đồng hồ báo thức
despertador
thú bông
boneco de pelúcia
xe đồ chơi
carrinho de brinquedo
cái lúc lắc
chacoalho
nhà búp bê
casa de bonecas
món quà
presente

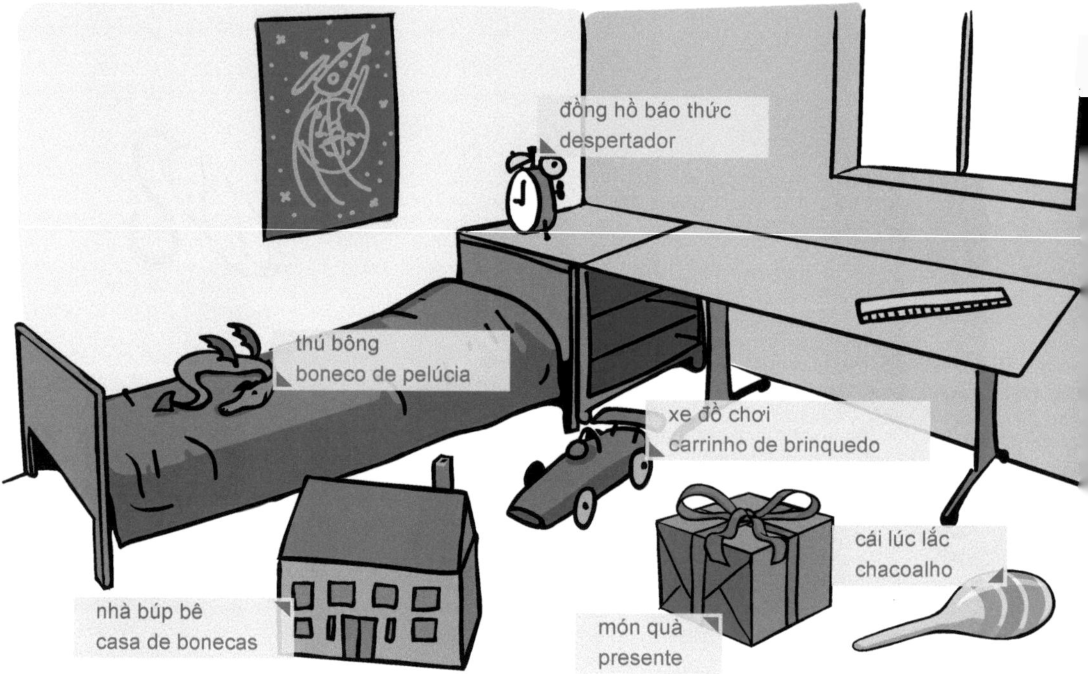

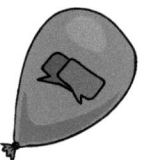

bong bóng

balão

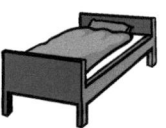

giường

cama

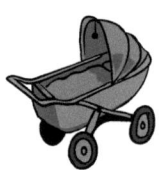

xe nôi

carrinho de bebê

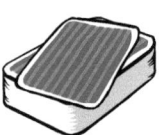

trò chơi bài

jogo de cartas

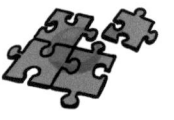

trò chơi ghép hình

quebra-cabeças

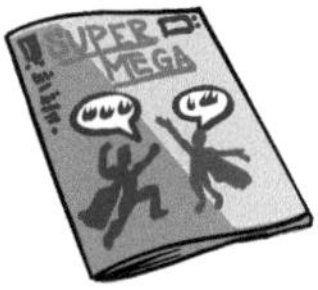

truyện tranh

revista de quadrinhos

gạch Lego

peças de Lego

khối xếp hình

blocos de construção

nhân vật hành động

figura de ação

áo liền quần cho trẻ sơ sinh

macaquinho de bebê

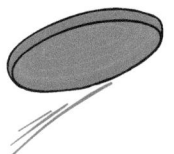

đĩa nhựa để ném

frisbee

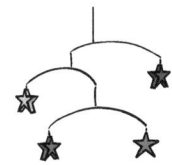

đồ chơi treo trên giường

móbile para bebê

trò chơi cờ bàn

jogo de tabuleiro

xúc xắc

dados

đồ chơi xe lửa mô hình

trenzinho elétrico

ti giả

chupeta

buổi tiệc

festa

sách tranh

livro ilustrado

quả bóng

bola

búp bê

boneca

chơi

brincar

hố cát

caixa de areia

cái đu

balanço

đồ chơi

brinquedos

máy chơi game cầm tay

videogame

xe ba bánh

triciclo

gấu bông

ursinho de pelúcia

tủ quần áo

guarda-roupa

y phục
vestuário

bít tất

meias

bít tất dài

meias pelo joelho

quần tất

meias-calças

khăn choàng cổ
cachecol

ô che mưa
guarda-chuva

áp phông
camiseta

dây thắt lưng
cinto

ủng
botas

dép đi trong nhà
chinelos

giày sneaker
tênis

dép xăng đan
sandálias

giày
sapatos

ủng cao su
botas de borracha

quần lót
roupa de baixo

áo ngực
sutiã

áo vest
camiseta de baixo

áo ôm sát cơ thể

body

quần dài

calças

quần bò

jeans

váy

saia

áo cánh

blusa

áo sơ mi

camisa

áo len chui đầu

pulôver

áo len

suéter com capuz

áo blazer

blazer

áo jacket

jaqueta

áo khoác

casaco

áo mưa

gabardine

trang phục

traje

áo váy

vestido

áo cưới

vestido de casamento

bộ com lê
terno

áo ngủ
camisola

pijama
pijama

trang phục sari
sari

khăn trùm đầu
lenço de cabeça

khăn đội đầu
turbante

áo burka
burca

áo captan
cafetã

áo aba
abaya

quần áo bơi
maiô

quần bơi
sunga

quần đùi
shorts

quần áo tracksuit
roupa de treino

tạp dề
avental

găng tay
luvas

cái cúc
botão

kính mắt
óculos

vòng đeo tay
pulseira

vòng cổ
colar

nhẫn
anel

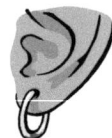

hoa tai
brinco

mũ lưỡi trai
boné

cái mắc treo áo quần
cabide

mũ
chapéu

cà vạt
gravata

dây kéo phéc mơ tuya
zíper

mũ bảo hiểm
capacete

dây đeo quần
suspensórios

đồng phục học sinh
uniforme escolar

đồng phục
uniforme

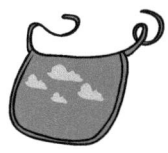

yếm trẻ em

babador

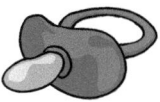

ti giả

chupeta

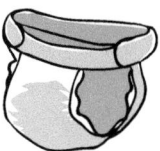

tã lót

fralda

văn phòng
escritório

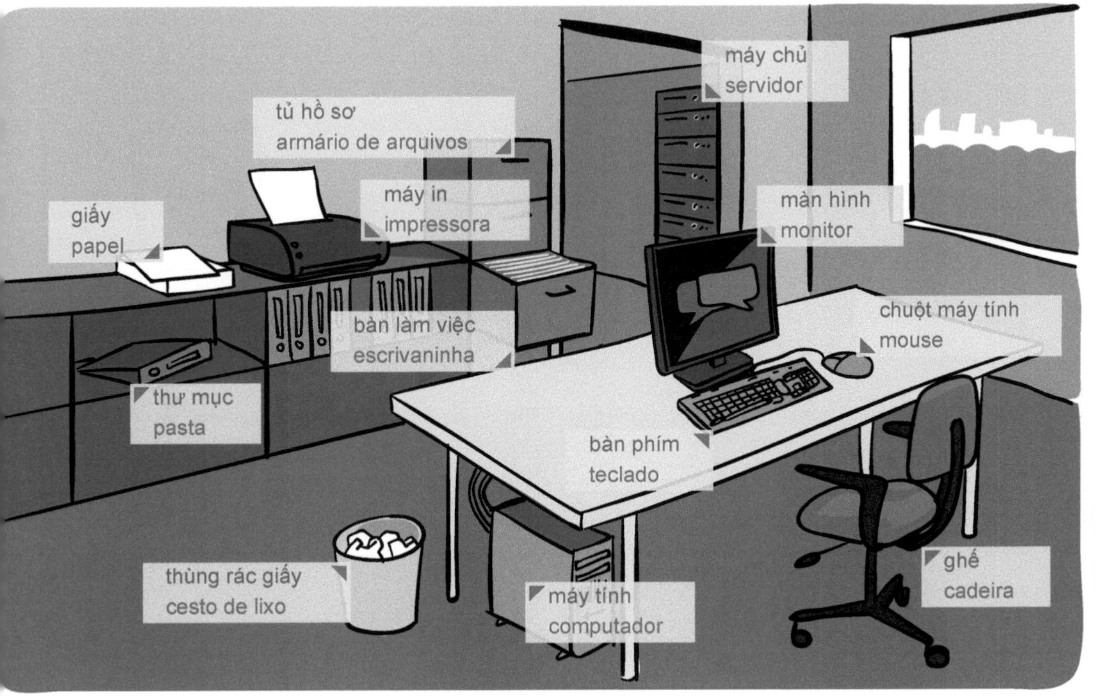
máy chủ
servidor
tủ hồ sơ
armário de arquivos
giấy
papel
máy in
impressora
màn hình
monitor
bàn làm việc
escrivaninha
chuột máy tính
mouse
thư mục
pasta
bàn phím
teclado
thùng rác giấy
cesto de lixo
máy tính
computador
ghế
cadeira

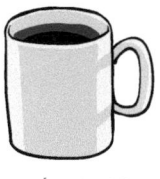

cốc cà phê

xícara de café

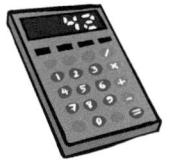

máy tính bỏ túi

calculadora

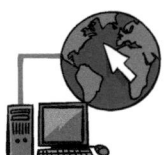

internet

internet

laptop
laptop

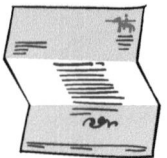

thư
carta

tin nhắn
mensagem

điện thoại di động
celular

mạng
rede

máy photocopy
copiadora

phần mềm
software

điện thoại
telefone

ổ cắm điện
tomada

máy fax
fax

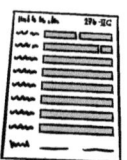

mẫu đơn
formulário

chứng từ
documento

mua
....
comprar

trả tiền
....
pagar

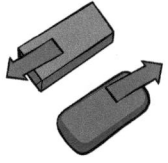

buôn bán
....
negociar

tiền
....
dinheiro

đô la
....
Dólar

Euro
....
Euro

yên
....
Yen

rúp
....
rublo

franc Thụy Sĩ
....
franco suíço

nhân dân tệ
....
renminbi yuan

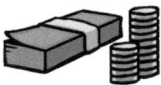

rupi
....
rupia

máy rút tiền tự động
....
caixa eletrônico

quầy đổi tiền

casa de câmbio

vàng

ouro

bạc

prata

dầu

petróleo

năng lượng

energia

giá tiền

preço

hợp đồng

contrato

thuế

imposto

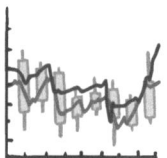

cổ phiếu

ação

làm việc

trabalhar

nhân viên

empregado

chủ lao động

empregador

nhà máy

fábrica

cửa hiệu

loja

nhân viên cảnh sát
policial

lính cứu hỏa
bombeiro

đầu bếp
cozinheiro

bác sĩ
médico

phi công
piloto

người làm vườn

jardineiro

thợ mộc

marceneiro

thợ may

costureira

chánh án

juiz

nhà hóa học

químico

diễn viên

ator

tài xế xe buýt

motorista de ônibus

người lái taxi

motorista de táxi

ngư dân

pescador

người lau dọn vệ sinh

faxineira

thợ lợp mái nhà

telhador

bồi bàn

garçom

thợ săn

caçador

họa sĩ

pintor

thợ làm bánh

padeiro

thợ điện

eletricista

thợ xây dựng

construtor

kỹ sư

engenheiro

người hàng thịt

açougueiro

thợ sửa ống nước

encanador

người đưa thư

carteiro

người lính

soldado

kiến trúc sư

arquiteto

nhân viên thu ngân

caixa

người bán hoa

florista

thợ cắt tóc

cabelereiro

nhân viên soát vé

condutor

thợ cơ khí

mecânico

thuyền trưởng

capitão

nha sĩ

dentista

nhà khoa học

cientista

giáo sĩ Do thái

rabino

lãnh tụ Hồi giáo

imam

nhà sư

monge

mục sư

pastor

dụng cụ
ferramentas

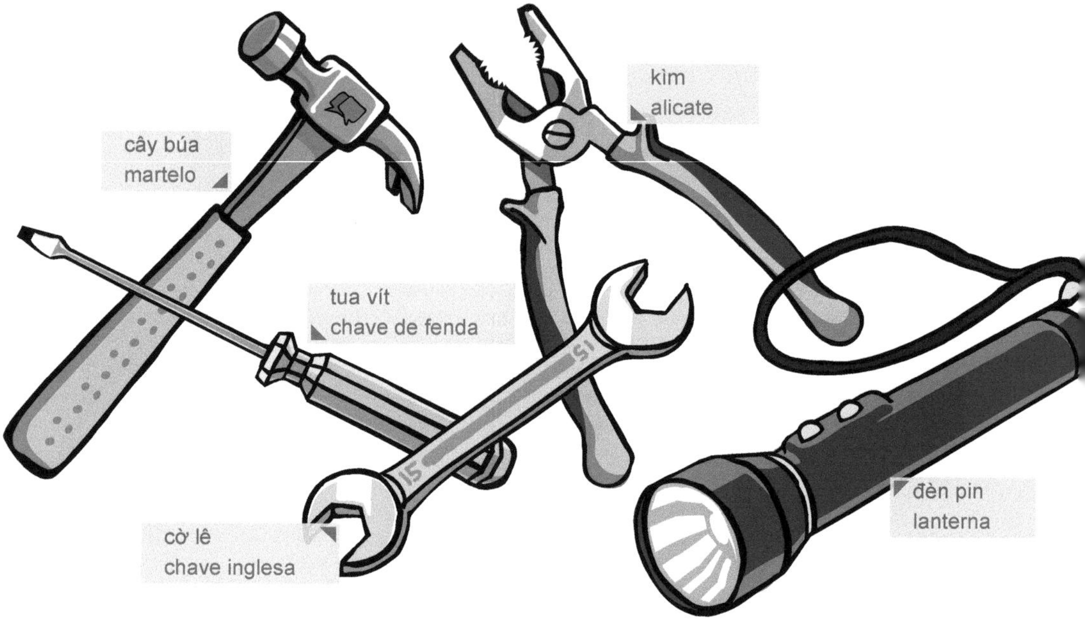
cây búa
martelo
kìm
alicate
tua vít
chave de fenda
cờ lê
chave inglesa
đèn pin
lanterna

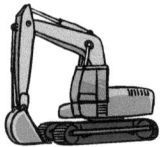

máy xúc đất

escavadora

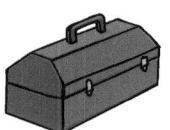

hộp dụng cụ

caixa de ferramentas

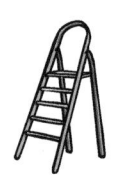

cái thang

escada de mão

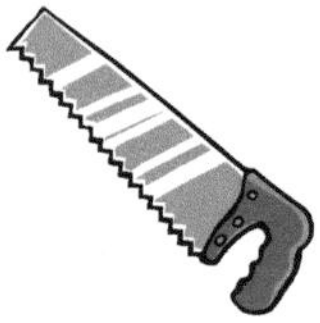

cưa

serra

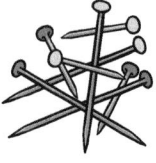

đinh

pregos

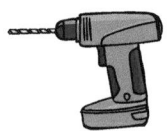

máy khoan

furadeira

sửa chữa

consertar

cái xẻng

pá

khốn nạn!

Droga!

cái hót rác

pá de lixo

thùng sơn

pote de tinta

vít

parafusos

nhạc cụ

instrumentos musicais

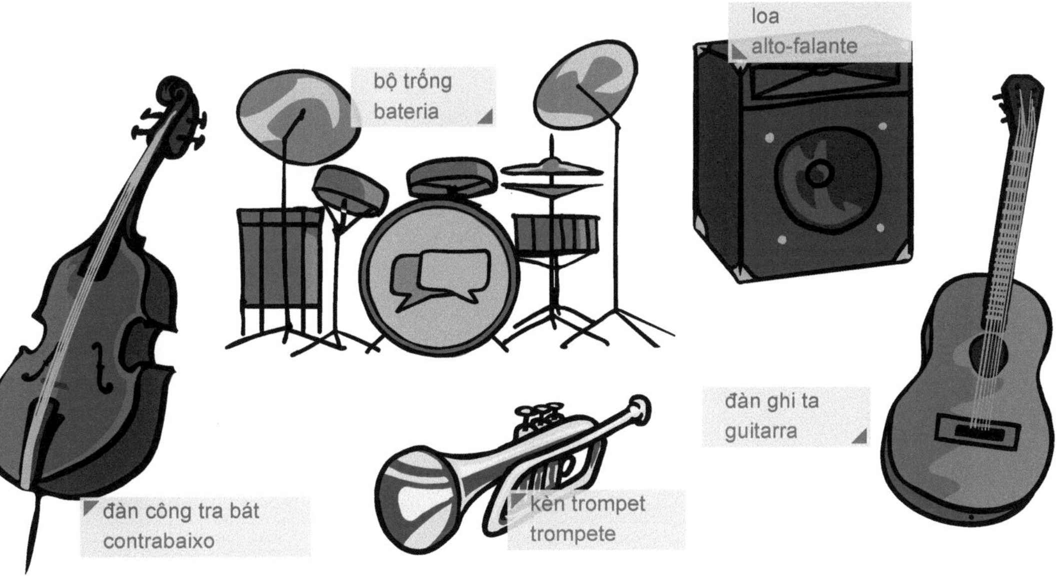

loa
alto-falante

bộ trống
bateria

đàn ghi ta
guitarra

đàn công tra bát
contrabaixo

kèn trompet
trompete

đàn piano

piano

đàn vĩ cầm

violino

ghi ta bass

baixo

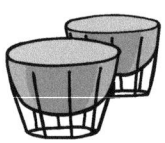

trống định âm

timbales

trống

tambor

đàn organ

teclado

kèn Saxophone

saxofone

sáo

flauta

micro

microfone

vườn bách thú

zoológico

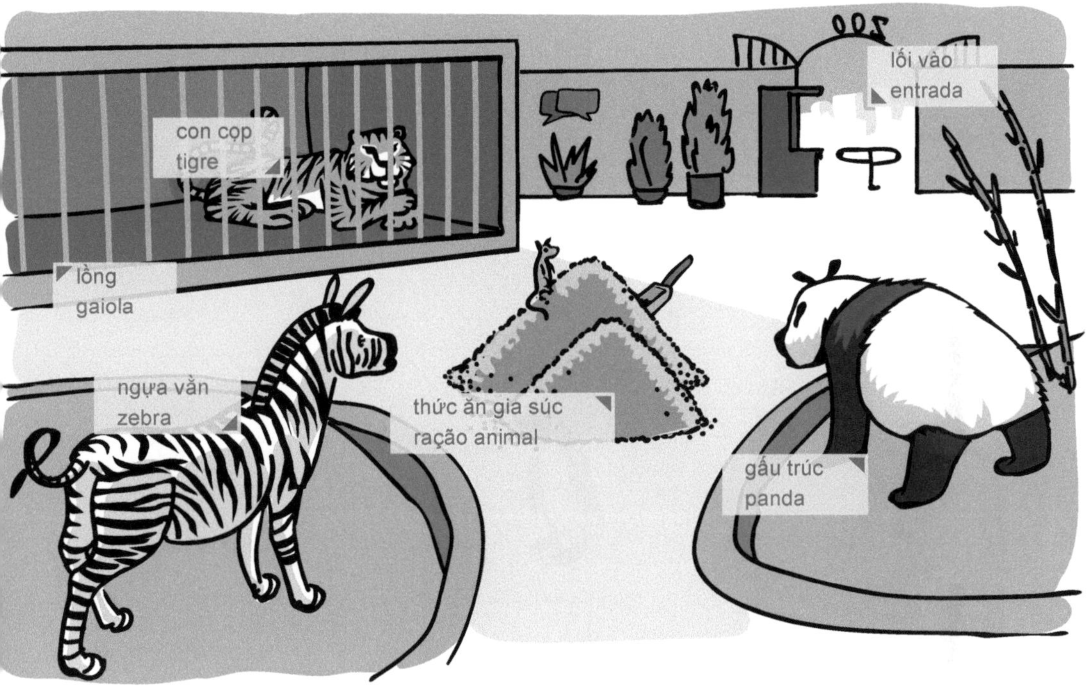
con cọp
tigre
lối vào
entrada
lồng
gaiola
ngựa vằn
zebra
thức ăn gia súc
ração animal
gấu trúc
panda

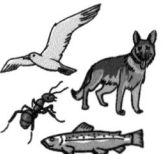

động vật

animais

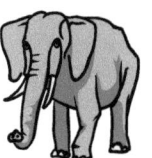

con voi

elefante

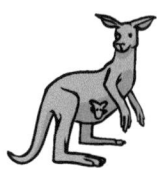

chuột túi

canguru

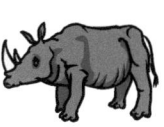

tê giác

rinoceronte

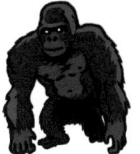

khỉ đột

gorila

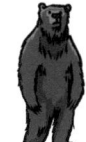

con gấu

urso

lạc đà
camelo

đà điểu
avestruz

sư tử
leão

con khỉ
macaco

hồng hạc
flamingo

con vẹt
papagaio

gấu bắc cực
urso polar

chim cánh cụt
pinguim

cá mập
tubarão

con công
pavão

con rắn
cobra

cá sấu
crocodilo

người trông giữ vườn bách
thú
guarda do zoológico

hải cẩu
foca

báo đốm
jaguar

vườn bách thú - zoológico

ngựa lùn

pônei

con báo

leopardo

hà mã

hipopótamo

hươu cao cổ

girafa

đại bàng

águia

heo rừng

javali

cá

peixe

con rùa

tartaruga

hải mã

morsa

con cáo

raposa

linh dương

gazela

bóng bầu dục Mỹ
futebol americano

đua xe đạp
ciclismo

quần vợt
tênis

bóng rổ
basquete

bơi
natação

khúc côn cầu trên băng
hóquei no gelo

đấm bốc
boxe

bóng đá
futebol

cầu lông
badminton

điền kinh
atletismo

bóng ném
handebol

trượt tuyết
esqui

polo
polo

nhảy
pular

cười
rir

ôm
abraçar

đi bộ
andar

ca hát
cantar

mơ
sonhar

cầu nguyện
rezar

hôn
beijar

viết
escrever

vẽ
desenhar

chỉ trỏ
mostrar

đẩy
empurrar

cho
dar

lấy đi
tomar

có
ter

làm
fazer

thì / là
ser

đứng
ficar de pé

chạy
correr

kéo
puxar

ném
jogar

rơi
cair

nằm
deitar

chờ đợi
esperar

mang vác
carregar

ngồi
sentar

mặc quần áo
vestir

ngủ
dormir

thức dậy
despertar

xem
olhar para

khóc
chorar

vuốt ve
acariciar

chải
pentear

nói chuyện
falar

hiểu
entender

câu hỏi
perguntar

nghe
ouvir

uống
beber

ăn
comer

dọn dẹp
arrumar

yêu
amar

nấu nướng
cozinhar

lái xe
dirigir

bay
voar

đi thuyền buồm
velejar

tính toán
calcular

đọc
ler

học
aprender

làm việc
trabalhar

cưới
casar

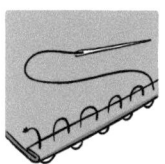

khâu vá
costurar

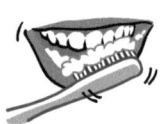

đánh răng
escovar os dentes

giết
matar

hút thuốc
fumar

gửi đi
enviar

bà nội (ngoại)
avó

ông nội (ngoại)
avô

cha
pai

mẹ
mãe

trẻ con
bebê

con gái
filha

con trai
filho

khách
....
convidado

cô (dì)
....
tia

chú, bác (cậu)
....
tio

anh (em) trai
....
irmão

chị (em) gái
....
irmã

cơ thể

corpo

trán
testa
mắt
olho
vai
ombro
ngón tay
dedo
mặt
rosto
cằm
queixo
bàn tay
mão
chân
perna
ngực
peito
cánh tay
braço

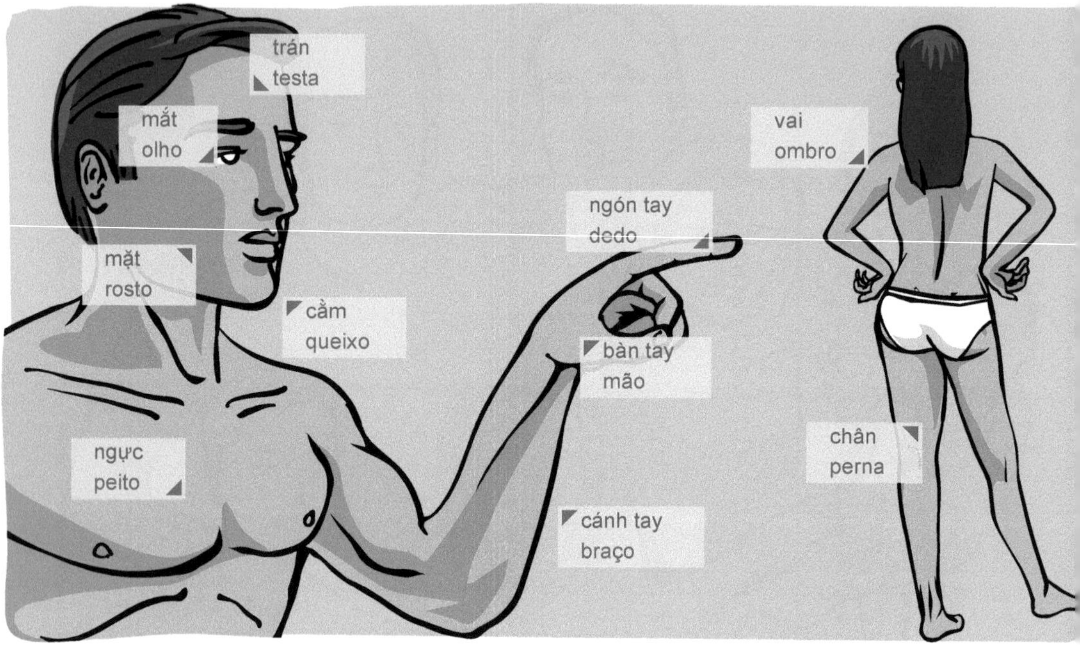

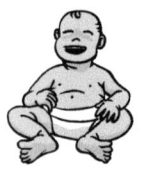

trẻ con
bebê

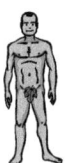

đàn ông
homem

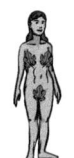

phụ nữ
mulher

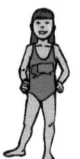

bé gái
menina

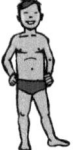

bé trai
menino

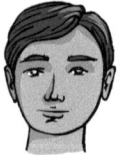

đầu
cabeça

lưng
costas

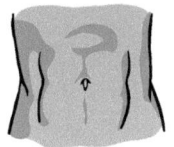

bụng
barriga

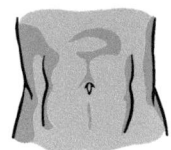

rốn
umbigo

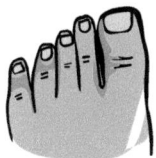

ngón chân
dedo do pé

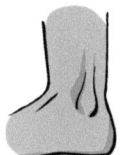

gót chân
calcanhar

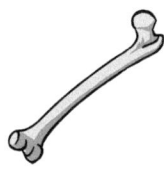

xương
osso

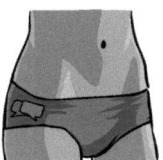

hông
anca

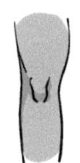

đầu gối
joelho

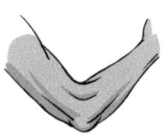

khuỷu tay
cotovelo

mũi
nariz

mông
nádegas

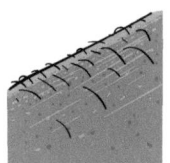

da
pele

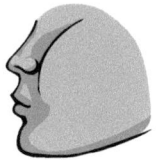

má
bochecha

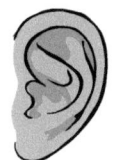

tai
orelha

môi
lábio

cơ thể - corpo

miệng

boca

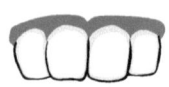

răng

dente

lưỡi

língua

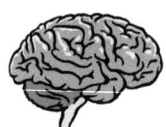

não

cérebro

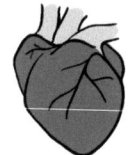

tim

coração

cơ bắp

músculo

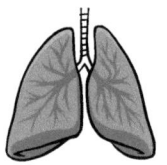

phổi

pulmão

gan

fígado

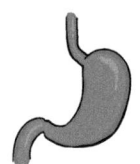

dạ dày

estômago

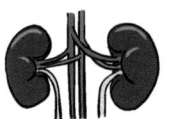

thận

rins

giao hợp

relações sexuais

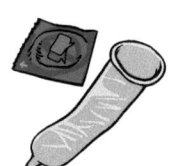

bao cao su

preservativo

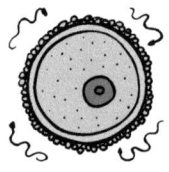

noãn

óvulo

tinh dịch

esperma

mang thai

gravidez

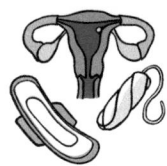

kinh nguyệt

menstruação

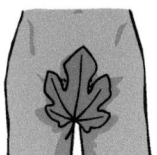

âm vật

vagina

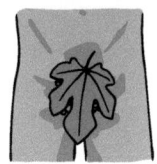

dương vật

pênis

lông mày

sobrancelha

tóc

cabelo

cổ

pescoço

bệnh viện

hospital

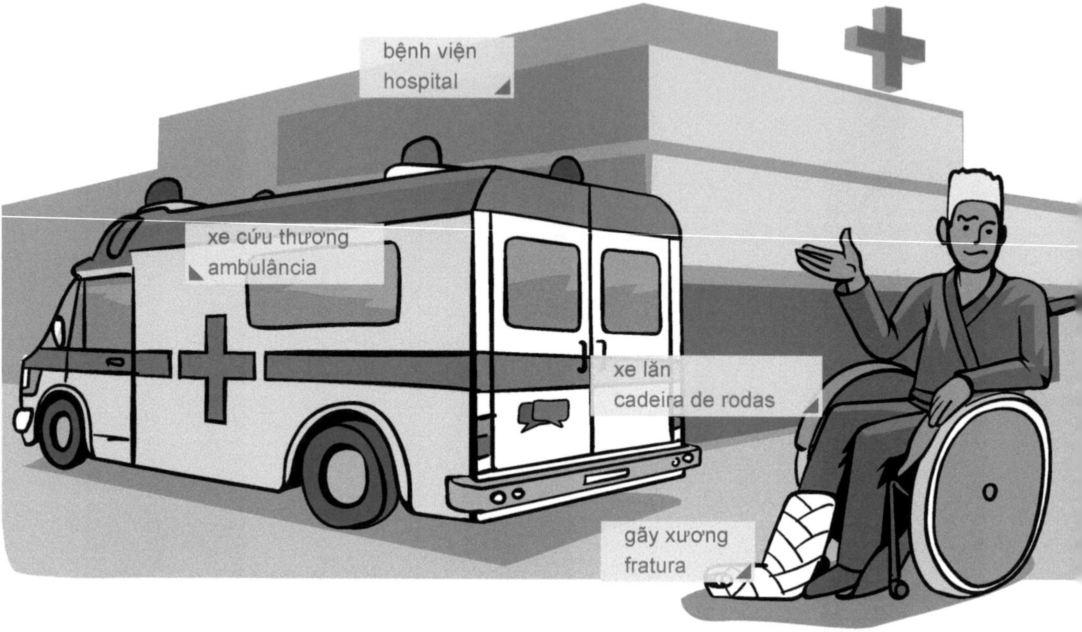

bệnh viện
hospital
xe cứu thương
ambulância
xe lăn
cadeira de rodas
gãy xương
fratura

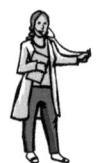

bác sĩ

médico

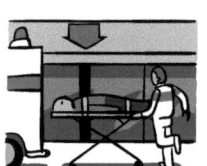

phòng cấp cứu

pronto-socorro

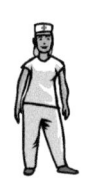

y tá

enfermeira

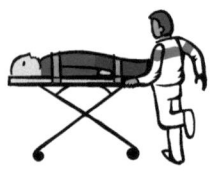

cấp cứu

emergência

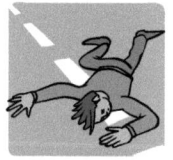

bất tỉnh

inconsciente

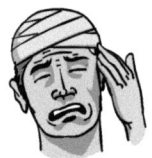

cơn đau

dor

bị thương

ferimento

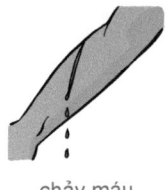

chảy máu

hemorragia

nhồi máu cơ tim

ataque cardíaco

đột quy

acidente vacular cerebral

dị ứng

alergia

ho

tosse

sốt

febre

cúm

gripe

tiêu chảy

diarreia

đau đầu

dor de cabeça

ung thư

câncer

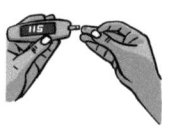

bệnh tiểu đường

diabetes

bác sĩ phẫu thuật

cirurgião

dao mổ

bisturi

giải phẫu

operação

chụp cắt lớp
CT

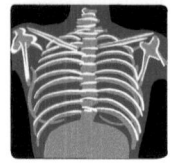

chụp x-quang
raio x

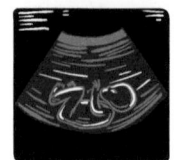

siêu âm
ultrassom

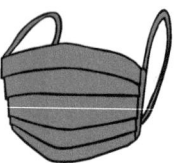

mặt nạ
máscara

bệnh
doença

phòng đợi
sala de espera

cái nạng
muleta

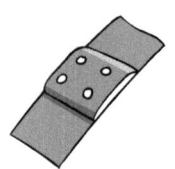

băng dán vết thương
bandeide

băng bó
ligadura

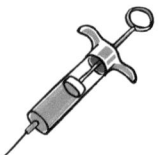

tiêm thuốc
injeção

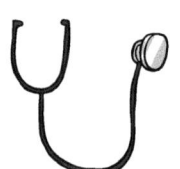

ống nghe khám bệnh
estetoscópio

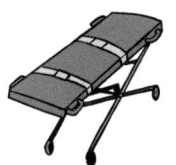

băng ca
maca

nhiệt kế
termômetro

sinh đẻ
nascimento

thừa cân
excesso de peso

máy trợ thính

aparelho auditivo

chất khử trùng

desinfetante

nhiễm trùng

infecção

vi rút

vírus

HIV / AIDS

HIV / AIDS

thuốc

medicamento

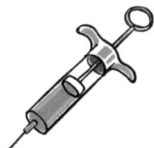

tiêm chủng

vacinação

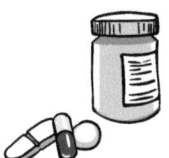

thuốc viên

comprimidos

viên thuốc

pílula

gọi cấp cứu

chamada de emergência

máy đo huyết áp

dispositivo de medição de
pressão arterial

bệnh / khỏe mạnh

doente / saudável

cứu!

Socorro!

báo động

alarme

cuộc đột kích

assalto

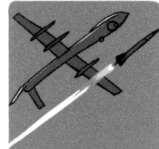

sự tấn công

ataque

mối nguy hiểm

perigo

lối thoát hiểm

saída de emergência

cháy!

Fogo!

bình chữa cháy

extintor de incêndios

tai nạn

acidente

bộ dụng cụ sơ cứu

maleta de primeiros
socorros

SOS

SOS

cảnh sát

polícia

châu Âu

Europa

Bắc Mỹ

América do Norte

Nam Mỹ

América do Sul

châu Phi

África

châu Á

Ásia

châu Úc

Austrália

Đại Tây Dương

Atlântico

Thái Bình Dương

Pacífico

Ấn Độ Dương

Oceano Índico

Nam Cực Dương

Oceano Antártico

Bắc Băng Dương

Oceano Ártico

bắc cực

Polo Norte

nam cực

Polo Sul

nam cực

Antártica

trái đất

Terra

đất liền

terra

biển

mar

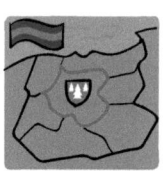

đảo

ilha

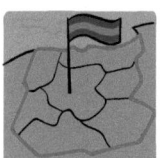

quốc gia

nação

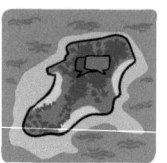

nhà nước

estado

mặt đồng hồ

mostrador do relógio

kim chỉ giờ

ponteiro das horas

kim chỉ phút

ponteiro dos minutos

kim chỉ giây

ponteiro dos segundos

Bây giờ là mấy giờ?

Que horas são?

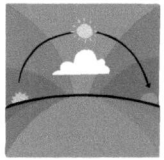

ngày

dia

thời gian

tempo

bây giờ

agora

đồng hồ điện tử

relógio digital

phút

minuto

giờ

hora

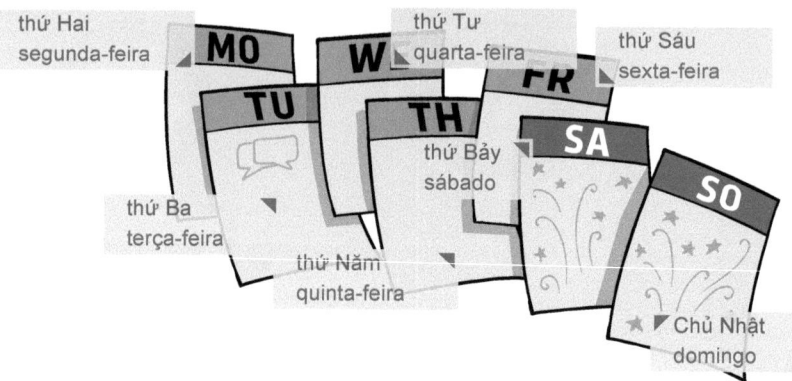

thứ Hai
segunda-feira

thứ Tư
quarta-feira

thứ Sáu
sexta-feira

thứ Ba
terça-feira

thứ Bảy
sábado

thứ Năm
quinta-feira

Chủ Nhật
domingo

hôm qua

ontem

hôm nay

hoje

ngày mai

amanhã

buổi sáng

manhã

buổi trưa

meio-dia

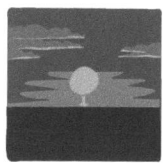

buổi tối

entardecer

ngày làm việc

dias úteis

cuối tuần

fim de semana

năm

ano

cầu vồng
arco-íris
mưa
chuva
tuyết
neve
gió
vento
mùa xuân
primavera
mùa thu
outono
mùa hè
verão
mùa đông
inverno

4.APRIL 11°
5.APRIL 4°
6.APRIL 13°
7.APRIL 8°
8.APRIL 10°

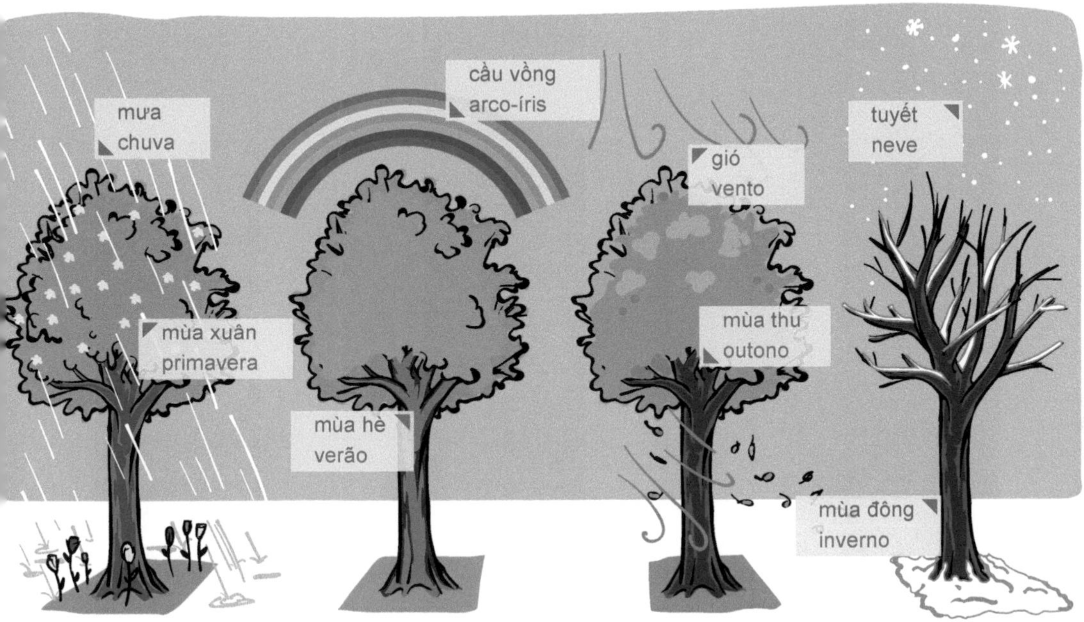

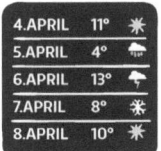

dự báo thời tiết

previsão do tempo

F
C
120
90
60
30
0
-30
40
30
20
10
0
-10
-20

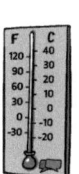

nhiệt kế

termômetro

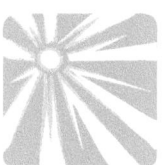

ánh nắng

raio de sol

mây

nuvem

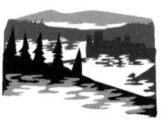

sương mù

neblina / nevoeiro

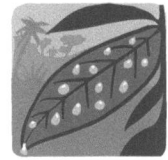

độ ẩm không khí

umidade do ar

tia chớp

relâmpago

sấm sét

trovão

cơn bão

tempestade

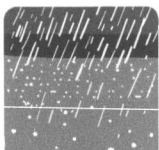

mưa đá

granizo

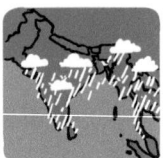

gió mùa

monção

lũ lụt

inundação

nước đá

gelo

tháng Một

janeiro

tháng Hai

fevereiro

tháng Ba

março

tháng Tư

abril

tháng Năm

maio

tháng Sáu

junho

tháng Bảy

julho

tháng Tám

agosto

năm - ano

tháng Chín

setembro

tháng Mười

outubro

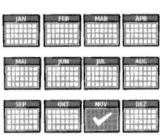

tháng Mười Một

novembro

tháng Mười Hai

dezembro

hình dạng
formas

hình tròn

círculo

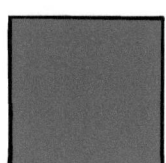

hình vuông

quadrado

hình chữ nhật

retângulo

hình tam giác

triângulo

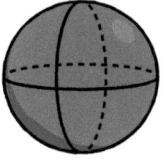

hình cầu

esfera

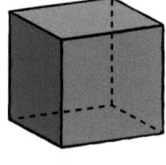

khối vuông

cubo

màu trắng

branco

màu vàng

amarelo

màu cam

laranja

màu hồng

rosa

màu đỏ

vermelho

màu tím

lilás

màu xanh dương

azul

màu xanh lá cây

verde

màu nâu

marrom

màu xám

cinza

màu đen

preto

nhiều / ít

muito / pouco

tức tối / điềm tĩnh

furioso / tranquilo

xinh đẹp / xấu xí

lindo / feio

bắt đầu / kết thúc

começo / fim

to / nhỏ

grande / pequeno

sáng / tối

claro / escuro

anh (em) trai / chị (em) gái

irmão / irmã

sạch / bẩn

limpo / sujo

đủ / thiếu

completo / incompleto

ngày / đêm

dia / noite

chết / sống

morto / vivo

rộng / chật hẹp

largo / estreito

ăn được / không ăn được

comestível / não comestível

ác / tử tế

mau / gentil

hào hứng / chán nản

entusiasmado / entediado

béo / gầy

gordo / magro

đầu tiên / cuối cùng

primeiro / último

bạn / thù

amigo / inimigo

đầy / rỗng

cheio / vazio

cứng / mềm

duro / macio

nặng / nhẹ

pesado / leve

đói / khát

fome / sede

bệnh / khỏe mạnh

doente / saudável

bất hợp pháp / hợp pháp

ilegal / legal

thông minh / ngu

inteligente / idiota

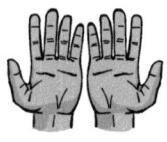

trái / phải

esquerda / direita

gần / xa

perto / longe

mới / cũ

novo / usado

không có gì cả / có cái gì đó

nada / alguma coisa

già / trẻ

velho / jovem

bật / tắc

ligado / desligado

mở / đóng

aberto / fechado

im lặng / ồn ào

baixo / alto

giàu / nghèo

rico / pobre

đúng / sai

certo / errado

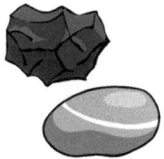

sần sùi / mịn màng

áspero / liso

buồn / vui

triste / feliz

ngắn / dài

curto / longo

chậm / nhanh

lento / rápido

ẩm ướt / khô ráo

molhado / seco

ấm áp / mát mẻ

ameno / fresco

chiến tranh / hòa bình

guerra / paz

0

số không

zero

1

một

um

2

hai

dois

3

ba

três

4

bốn

quatro

5

năm

cinco

6

sáu

seis

7

bảy

sete

8

tám

oito

9

chín

nove

10

mười

dez

11

mười một

onze

12

mười hai
....
doze

13

mười ba
....
treze

14

mười bốn
....
quatorze

15

mười lăm
....
quinze

16

mười sáu
....
dezesseis

17

mười bảy
....
dezessete

18

mười tám
....
dezoito

19

mười chín
....
dezenove

20

hai mươi
....
vinte

100

một trăm
....
cem

1.000

một ngàn
....
mil

1.000.000

một triệu
....
milhão

tiếng Anh

inglês

tiếng Anh Mỹ

inglês americano

tiếng Quan Thoại

chinês mandarim

tiếng Hin-di

hindi

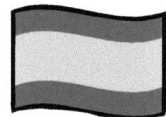

tiếng Tây Ban Nha

espanhol

tiếng Pháp

francês

tiếng Ả-rập

árabe

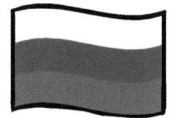

tiếng Nga

russo

tiếng Bồ Đào Nha

português

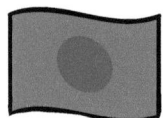

tiếng Bengal

bengalês

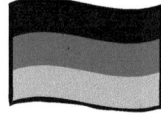

tiếng Đức

alemão

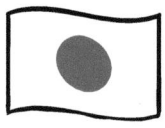

tiếng Nhật

japonês

tôi

eu

bạn

você

anh ta / cô ta / nó

ele / ela

chúng tôi

nós

các bạn

vocês

họ

eles / elas

ai?

quem?

cái gì?

O quê?

như thế nào?

como?

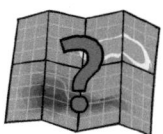

ở đâu?

onde?

lúc nào?

Quando?

tên

nome

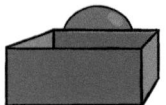

phía sau

atrás

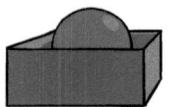

ở trong

em

phía trước

na frente de

phía trên

sobre

ở trên

em cima

ở dưới

debaixo

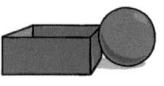

bên cạnh

do lado

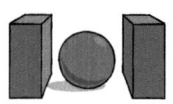

ở giữa

entre

chỗ

lugar